घड्याळातली कोकिळा

आणि

गडबड गोष्टी

निर्मला मोने

हे पुस्तक **माझं** आहे.

AF653502

मेहता पब्लिशिंग हाऊस

GHADYALATALEE KOKILA ANI GADBAD GOSHTI by Nirmala Mone

घड्याळातली कोकिळा आणि गडबड गोष्टी / बालसाहित्य

निर्मला मोने,
१०१ ए, अनुषा सोसायटी, जी. ए. कुलकर्णी रोड, कोथरूड, पुणे २९.

© मेहता पब्लिशिंग हाऊस

प्रकाशक : सुनील अनिल मेहता
मेहता पब्लिशिंग हाऊस, १९४१, सदाशिव पेठ, माडीवाले कॉलनी, पुणे ३०.
✆ ०२०-२४४७६९२४

E-mail : info@mehtapublishinghouse.com
Website : www.mehtapublishinghouse.com

मुद्रक : स्पेक्ट्रम ऑफसेट, एरंडवणा, पुणे ०४.

प्रथमावृत्ती : जानेवारी, २००७ । जुलै, २०१५
पुनर्मुद्रण : मार्च, २०१८

मुखपृष्ठ व आतील चित्रे : देविदास पेशवे

किंमत : ₹ ७०

ISBN 9788177667721

अनुक्रम

घड्याळातली कोकिळा

मुलांच्या खोलीत एक घड्याळ होतं. लाकडाचं, सुंदरसं. त्याच्या चारी बाजूंनी फुलापानांची नक्षी कोरलेली होती. त्याच्या वरच्या बाजूला एक चिमुकली खोली होती आणि तिच्यामध्ये एक इवलीशी, लाकडी कोकिळा राहात होती. खोलीचं दार दर तासाला उघडायचं आणि आतली कोकिळा बाहेर डोकावून एक गिरकी घ्यायची, लवून नमस्कार करायची आणि मंजूळ आवाजात 'कुहू' करून पुन्हा आत जायची. मग दार बंद व्हायचं.

सगळ्या खेळण्यांची कोकिळा लाडकी होती. ते तिला कुहूच म्हणायचे. कुहू होतीच छान. सगळ्यांशी मैत्री करणारी, प्रेमळ. ती सगळ्या छोट्या खेळण्यांना आळीपाळीनं आपल्या खोलीत गप्पा मारायला बोलवायची. तशी अगदी बोटाएवढी खेळणी– म्हणजे प्राणी- तिथं बरेच होते एका फळीवर. त्यातला सिंह तर कधी कधी घड्याळाच्या लोंबत्या साखळीवर पाय ठेवून वर चढायचा, कधी कांगारू उडी मारून वर चढायचं, तर कधी जिराफ मान उंच करून डोकवायचा.

कुहूला सगळेच आवडायचे. एका छोट्या शहामृगानं कुहूसाठी पोपटाच्या पिंजऱ्यातून सांडलेले दाणे गोळा करून आणले.

"मी ते जमिनीवर सांडलेले गोळा केले. पोपट खाताना नाचतो फार, त्यामुळे सांडतात ते," शहामृग म्हणाला, "कुहू, तू खाऊन बघ ना. तुझं पोट भरेल तेवढ्यानं."

कुहूला शहामृगाचं कौतुक वाटलं. खरं म्हणजे ते दाणे तिला इतके काही आवडले नव्हते. पण तिनं ते तोंडात टाकले, चघळले; त्या भानगडीत वेळेवर खोलीबाहेर येऊन 'कुहू' म्हणायलाही ती विसरली, म्हणजे बघा!

थंडीतल्या दिवसांत एकदा कुहू तिच्या लाकडी खोलीत कुडकुडत बसली होती. तशी खोलीत मुलांसाठी शेकोटी होती, पण घड्याळापासून खूपच दूर होती ना आणि मुलांनी खोलीच्या दारंखिडक्या सताड उघड्या टाकलेल्या होत्या.

'बाई गं, बारा वाजता खोलीबाहेर डोकावून बारा वेळा 'कुहू' म्हणायचंय या थंडीत मला. नाही वाटत मला हे जमेलसं,' कुहू विचार करीत होती. तिचा आवाज बसला होता थंडीनं. बारा वाजता कसंबसं त्या तसल्या आवाजात तिनं निर्जीवपणे 'कुहू' म्हटलं. सगळ्याच खेळण्यांना तिची दया आली.

"मला वाटतं, त्या बाहुलीच्या घरातल्या कॉटवर ती छोटीशी गरम चादर टाकली आहे, ती घेऊन कुहूला द्यावी. मी जातो ती घेऊन," विदूषक म्हणाला आणि त्या छोट्या चादरीचं एक टोक गुंडाळून खिशात घालून तो घड्याळाच्या साखळीवरून चढून कुहूच्या खोलीत गेला. दारावर टकटक केल्यावर कुहूनं दार उघडलं.

''हे घे. नीट गुंडाळून घे, म्हणजे गरम राहाशील तू कुहू,'' तो कुहूला म्हणाला.

''अरे वा, धन्यवाद हं तुला. मला चांगली अंगभर पुरतेय ही चादर, छान गरम आहे,'' कुहू आनंदानं चित्कारत म्हणाली. तिनं ती चादर लगेच खांद्यावरून गुंडाळून घेतलीसुद्धा. आता किती छान वाटत होतं तिला. ऊबदार, मस्त. पुन्हा 'कुहू' म्हणायची वेळ झाली, तेव्हा चादर गुंडाळूनच बाहेर डोकावली ती.

खोलीत दोन मुलं खेळत होती. त्यांचं मुळीच लक्ष नव्हतं तिकडे, पण सगळ्या खेळण्यांचं तर होतं! ती आपसांत हळूच डोळे मिचकावून हसत होती. पुढच्या वेळी पण ती अशीच येते का याची वाट पाहात होती. पण पुढच्या वेळी कुहूनं चादर आठवणीनं काढून ठेवली. खेळण्यांची निराशाच झाली.

पण एकदा एक खूप विलक्षण गोष्ट घडली. खोली झाडायला, खेळणी पुसून साफ करायला जी मोलकरीण आली ना, तिनं घड्याळ इतकं जोराजोरानं घासलंपुसलं की कुहूच्या खोलीचं दार जे बंद झालं ते जामच. काही केल्या उघडेना. 'कुहू' म्हणायची वेळ झाली तेव्हा कुहूला बाहेर यायचं होतं वेळ सांगायला. पण दार मुळी उघडलंच नाही. कुहू आतच राहिली. गप्प आणि घाबरलेली. खेळणी पाहात होती नवलानं, कुहू आली कशी नाही?

तो सगळा दिवस कुहू खोलीतच अडकून बंद राहिली. एकदाही 'कुहू' म्हणाली नाही. दार बंदच राहिलं. खेळण्यांना आता काळजी वाटू लागली.

''कुहू आजारी तर नाही?'' विदूषक म्हणाला, ''तिचा मंजूळ आवाज ऐकला नाही की अगदी चुकल्यासारखं वाटतं ना?''

''आणि वेळही कळत नाही,'' बाहुली म्हणाली.

''वर जाऊन बघू या का काय झालंय ते?'' गुलाबी ससा म्हणाला. मग आधी विदूषक घड्याळाखाली उभा राहून जोरात ओरडला, ''कुहू, अगं कुहू, बाहेर

का येत नाही आहेस तू?''

पण अगदी हळू, तोंडातल्या तोंडात 'कुहू' असं म्हटलेलं तेवढं त्याला ऐकू आलं.

''दार गच्च बंद झालंय वाटतं, थांबा, मी बघून येतो,'' विदूषक म्हणाला आणि साखळीवरून चढून 'कुहू'च्या दाराशी गेला. खरंच दार घट्ट बसलं होतं. विदूषकालाही किती प्रयत्न करून ते मुळीच उघडेना.

''मला एखादी पिन द्या बरं कुणीतरी,'' तो म्हणाला, ''ए डॉली, तुझा तो 'ब्रूच' दे बघू चटकन्. 'तो खड्याचा गं!' त्यानं उघडेल हे दार!''

''माझा ब्रूच? मी नाही हं देणार तो!'' डॉली बाहुली म्हणाली.

तिला तो ब्रूच फार म्हणजे फारच आवडायचा. तिच्या फ्रॉकवर कायम लावलेला असायचाच तो. ''तू, मोडलास तर?'' ती म्हणाली.

''डॉली, किती स्वार्थी आहेस गं तू?'' विदूषक चिडून म्हणाला. ''बिचारी कुहू खोलीत कैद होऊन पडली आहे. तू ब्रूच दिल्याशिवाय तिला मी बाहेर कशी काढणार?''

''बरं!'' डॉली म्हणाली. तिलाही कुहू फार आवडायचीच की! तिनं छातीवरचा ब्रूच

काढून विदूषकाकडे फेकला. त्यानं तो झेलला आणि तो घेऊन तो दार उघडू लागला. कितीतरी वेळ गेला आणि एकदाचं दार उघडलं. कुहूची आठ वेळा 'कुहू' म्हणायची वेळ नेमकी झालीच होती. ती धावत येऊन डोकावली आणि आठ वेळा मोठ्यानं कुहू-कुहू म्हणाली. सारे खुश झाले.

पण बिचारी डॉली! तिचा ब्रूच मोडला होता. विदूषकाला वाईट वाटलं. पण तो तरी काय करणार? "पण डॉली तू रडू नकोस. तू किती चांगली आहेस! तू ब्रूच दिलास म्हणून कुहू बाहेर तरी आली." डॉली काही म्हणाली नाही, पण कोपऱ्यात जाऊन रडत बसली. तिला तो ब्रूच किती आवडायचा. कुहू पुढच्या वेळी डोकावली तेव्हा तिनं डॉलीला रडताना पाहिलं. एकटीच बसून. तिलापण खूप वाईट वाटलं. 'माझं दार उघडायला डॉलीनं ब्रूच दिला यासाठी डॉलीचं मला किती किती कौतुक वाटतंय, पण तिला ते दाखवू कशी?' ती मनात म्हणाली.

पण कुणाला काही चांगलं करायचं असलं की तसं करायला संधी मिळतेच. त्यासाठी लक्ष ठेवलं पाहिजे मात्र. कुहूलाही संधी मिळालीच. एकदा बारा वेळा 'कुहू' म्हणायला ती दाराशी आली, तेव्हा एक गांधीलमाशी डॉलीभोवती गिरक्या मारीत

तिला घाबरवीत असलेली तिनं पाहिली. ''कुणी तरी धावा,'' डॉली रडत ओरडत होती, ''ती चावेल मला.''

पण सगळ्याच प्राण्यांना गांधीलमाशीची भीती वाटत होती. अगदी विदूषकाचीही माशीला हाकलायची हिंमत झाली नाही. आता तर गांधीलमाशी चक्क डॉलीच्या गालावर जाऊन बसली. डॉली नुसती किंचाळत होती.

''आता माझी पाळी!'' कुहू म्हणाली आणि विचार करण्याआधीच सरळ दार उघडून डॉलीकडे धावली. आपल्या टोकदार चोचीनं तिनं गांधीलमाशीला टोचलं. माशी रागानं 'गूं ऽऽ गूं' असा आवाज करीत कुहूवर चालून आली. कुहूनं तिला पुन: पुन्हा टोचलं आणि अखेर गांधीलमाशी खिडकीतून बाहेर उडून गेली, स्वत:शी पुटपुटत, ''खेळण्यांच्या खोलीत पक्षीपण ठेवतात हे नव्हतं मला माहीत.''

''कुहू, कुहू किती चांगली आहेस गं तू!'' डॉली ओरडलीच.

''तुझे कित्ती कित्ती आभार मानू? तू आता मला वाचवलं नसतंस त्या गांधीलमाशीपासून, तर आधी भीतीनंच मी मेले असते. किती हुशार आहेस आणि घड्याळातून थेट गांधीलमाशीवर धावलीस बरी! तुला इतकं उडता येतं हे माहीतच नव्हतं मला.''

''अगं, मलाही माहीत नव्हतं,'' कुहू म्हणाली. तिला स्वत:लाही त्या गोष्टीचं खूप आश्चर्य वाटत होतं. ''ए खेळण्यांनो, पण छान झालं की नाही? मी घड्याळाच्या बाहेर पडले एकदाची. म्हणजे आता रोज रात्री मी तुमच्याशी खेळायला येऊ शकेन घरातली माणसं झोपल्यावर.''

मग काय! रोज रात्री कुहू सगळ्यांशी खेळायला येऊ लागली, अजून येते. त्यामुळे होतं काय, की रात्री कित्येकदा कुहूचं किती वाजले ते सांगायचं राहूनच जातं. पण म्हणजे काही घड्याळ बंद पडलेलं नाहीय. फक्त कुहूला सगळ्यांशी खेळताना घड्याळात जाऊन 'कुहू' म्हणायला वेळच नसतो म्हणून. तुम्हीसुद्धा तिला लपंडाव खेळताना पहायला हवं. ती लपल्यावर आणखीनच गोड सुरांत 'कुहूऽऽऽ' असं म्हणते. आणि बाहेर आल्यावर जास्तीच गोड दिसते. माझी लाडकी कुहू!

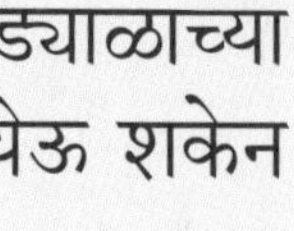

काचेची गोटी

तशा शाळेतल्या जवळजवळ सगळ्या मुलांकडे गोट्या होत्या, पण बिट्टूकडे होती ती सगळ्यात मोठी गोटी. तुम्ही ती बघायलाच हवी. छोट्याशा चेंडूएवढी मोठी होती ती, आणि तिच्यामध्ये हिरव्या, निळ्या आणि पिवळ्या रंगांच्या नागमोडी रेघा. गोटी काचेची होती पारदर्शक; तेव्हा आतलं सगळं दिसतच होतं. बिट्टूला आपल्या गोटीचा फार अभिमान होता. तो रोज दोनदातरी ती सगळ्यांना दाखवायचाच. जनूनं त्या गोटीबदली छोट्या चांगल्या बारा गोट्या त्याला देऊ केल्या होत्या. पण बिट्टू मुळीच बधला नव्हता.

बिट्टूची शाळा उंच डोंगरावर होती. रोज मुलांना डोंगर चढावा लागे. बिट्टू नेहमी विजारीच्या खिशांत हात घालून जाई. खिशातल्या गोटीचा स्पर्श त्याला खूप आवडायचा. आई तर म्हणायची की बिट्टूला गोटीचं वेडच लागलंय.

''ती गोटी म्हणजे पाळलेलं कुत्रंबित्रं असावं तसं झालंय तुझं,'' आई म्हणायची, ''नशीब माझं, त्या गोटीला तू बिस्किटं नाहीतर दूध प्यायला देत नाहीस ते!''

''पण माझ्या सगळ्या वस्तूंत ती माझी लाडकी गोटी आहे,'' बिट्टू म्हणे.

एकदा शाळेत मुलं मैदानात शिवाशिवी खेळायला गेली. राजू बिट्टूच्या मागे लागला होता आणि बिट्टू ओरडत धावत होता. धावतांना तो धडाम्कन तोंडावरच आपटला. खिशातली गोटी कुठल्याकुठे उडाली. बिट्टूच्या दोन्ही गुडघ्यांना चांगलंच खरचटलं. ते इतके दुखत होते की काही वेळ गोटी खिशात नसल्याचं त्याला कळलंच नाही.

मग राजूच्या आणि त्याच्या रुमालांनी दोन्ही गुडघ्याच्या जखमा बांधल्यावर त्यानं गोटी सुरक्षित आहे ना हे बघायला खिशात हात घातला. हो, आपटून फुटायाची एखादवेळी!

गोटी खिशात नव्हती. गोटी नव्हतीच. ती हरवली होती. बिट्टू कावराबावरा होऊन शोधू लागला. ''अरे देवा! माझी गोटी हरवली. ती रे माझी सुंदर गोटी! मला ती शोधायला मदत करा रे!''

मग शाळेची घंटा होईपर्यंत सगळ्यांनी गोटी शोधली. शाळा भरली. पण गोटी सापडली नव्हती. मैदानाच्या कानाकोपऱ्यांत मुलांनी शोधलं पण नाहीच. बिट्टूला एवढं वाईट वाटलं की त्याला रडूच आलं, पण त्यानं ते दाखवलं मात्र नाही. त्या गोटीपायी त्याला त्यादिवशी वर्गात धड गणितं सोडवता आली नाहीत. भूगोलाचा नकाशा काढता आला नाही. सारखा डोक्यात गोटीचाच विचार. काळेबाई तर चिडल्याच त्याच्यावर. पण काय करणार? बिट्टूला त्याच्या हरवलेल्या सुंदर गोटीखेरीज काही सुचतच नव्हतं.

पण झालं काय त्या गोटीचं? मी सांगू? बिट्टू पडला तेव्हा गोटी त्याच्या खिशातून उडाली. ती घरंगळत शाळेच्या दरवाज्याशी गेली. दरवाजाच्या जाड लाकडाखाली लपली. तिथंच होती ती. डोंगराच्या अगदी उंच जागेवर. आता तिथं ती काय

करणार? अर्थात सगळ्या गोट्या, चेंडू करतात तेच. घरंगळत खाली येणं!

बिट्टूची गोटीही डोंगरावरून खाली घरंगळत येऊ लागली. ती खुशच झाली होती. आपण मोठ्ठं धाडस करतोय असंच तिला वाटत होतं. बिट्टूच्या खिशात पडून पडून ती कंटाळलीच होती. खिशातल्या खिशात बिट्टू तिला हाताळायचा. किती गरम हात. उकडायचंच तिला. तिला तिथून पळून जावंसं वाटायचं. तिला जग पाहायचं होतं, माणसं, प्राणी पाहायचे होते. म्हणून गोटी डोंगरावरून खाली आली. तिथे गटारात पडलेल्या भाकरीच्या एका तुकड्यावरून चिमण्यांची मारामारी चालली होती. गोटी घरंगळत तिथं पोहोचली. चिमण्या आश्चर्यानं तिच्याकडे पाहू लागल्या. "कोण ग तू?" एका चिमणीनं विचारलं.

"मी? मी ती गुंडगुळी काचपरी," गोटीनं डौलांत उत्तर दिलं. ते नाव तिला नेमकं सुचलं बरं!

"तुम्ही काय खातां?" काचपऱ्या भाकरी खात नसतील या आशेनं चिमणीनं विचारलं.

"मी काचेचा चुरा खाते," गोटीनं खोटंच सांगितलं. चिमण्या अधिकच नवलानं तिच्याकडे पाहात राहिल्या. हे काहीतरीच की!

गोटी रस्त्यातल्या एका भोकात घरंगळत जाऊन पडली. तिथंच गप्प पडून राहिली. चिमण्यांना वाटलं. जवळ कुठं काचेचा तुकडा दिसत नाहीये तेव्हा शोधायला गेली असेल तिथं गोटी. पण एका चिमणीनं गोटीला जोरात टोचलं चोचीनं. गोटी भोकाच्या बाहेर आली आणि पुन्हा खालच्या दिशेनं गडगडू लागली.

“अच्छा, बरंय. मी निघाले माझ्या धाडसी सफरीवर!” ती त्यांना म्हणाली.

तेवढ्यात रस्त्यात एक मांजरीचं पिल्लू कागदाशी खेळत होतं तिथं ती पोहोचली. गोटीला पाहून पिल्लू तिच्याकडे बघत राहिलं.

“कोण गं तू?” पिल्लानं विचारलं.

“मी ती गुंडगुळी चमकचांदणी.” गोटीनं डौलात सांगितलं.

“अरे बापरे! राहतेस कुठे तू?”

“हं. कधी चहाच्या कपात तर कधी कुठल्याही उबदार खड्ड्यात,” गोटी खोडकरपणे म्हणाली.

तिला सगळ्याची मजाच वाटत होती. पिल्लू हसलं. त्यानं गोटीला थोपटलं आणि पुन्हा खाली घरंगळायला सोडलं.

“मग जा आता आणि एखादा चहाचा कप किंवा खड्डा शोध. म्याँव. बरं का!” ते म्हणालं.

गोटी घरंगळत निघाली. तिथं एक मोठ्ठा तपकिरी घोडा होता तो आपला मालक दुकानातून येण्याची वाट पाहात होता. गोटी घोड्याच्या एका खुरावर आपटून थांबली. घोड्यानं वाकून तिला पाहिलं.

“कोण ग तू?” घोड्यानं आश्चर्यानं तिला विचारलं.

“मी? मी खुळखुळं किंकाळी!” गोटी म्हणाली. काय काय छान नावं सुचतात मला!”

“हं. ऐकलं नाही असलं नाव,” घोडा म्हणाला, “कुठून आलीस?”

“हत्तीच्या अंड्यातून,” गोटी खिदळली.

“हत्ती अंडी घालीत नाहीत,” घोडा दरडावून म्हणाला आणि त्यानं लाथेनं गोटी उडवली. ती पुन्हा खाली घरंगळू लागली. काय साहसी सफर होती ही!

मग गोटी खूप वेळ घरंगळली. तिला आधी बराच वेळ कोणी भेटलं नाही. मग एक कुत्रा भेटला. तो गटारात काहीतरी हुंगत होता. गोटी घरंगळत त्याच्या नाकाशीच पोहोचली. कुत्र्यानं घाबरून मागे उडी मारली.

“हे कोण?” तो कुरकुरला.

“मी चिकटगोंदाची गुंडगुळी” गोटी ओरडली, “ऐकलं नाहीस तू माझं नाव कधी?”

“नाही बा,” कुत्रा म्हणाला, “कोण आहे तुझा मालक?”

“माझा मालक आहे चंद्रावरचा माणूस,” गोटी हसत म्हणाली.

कुत्र्यानं तिला गटारातून अदबीनं बाहेर काढली. गोटी पुन्हा गडगडत, घरंगळत खाली जाऊ लागली.

गोटी आता दमली. किती लांबून आली होती बिचारी. वाटेत किती धाडस करीत. आता तिला बिट्टूच्या गरम, सुरक्षित खिशाची आठवण येऊ लागली. बाहेर वारा किती आणि रस्ता तरी किती खडबडीत. तरी पुन्हा घरंगळत ती एका दरवाजाशी पोहोचली. आत बागेत एक घर होतं. गोटी घराशी गेली.

“आत्ता मी बिट्टूजवळ असते तर किती बरं झालं असतं,” ती स्वत:शीच म्हणाली. या साहसांना ती कंटाळली होती.

पण बिट्टू कुठे होता? त्यानं शाळा सुटल्यावर पुन्हा गोटी शोधली होती. पण नाहीच मिळाली. मग तो डोंगराखालच्या आपल्या घरी आला. हात खिशात होते, पण काचेची गोटी तिथं नसल्यानं त्याला कसं विचित्र, रिकामं वाटत होतं.

बिट्टू घरात आला आणि त्यानं आईला सगळी हकिकत अगदी नीट सांगितली. तिलासुद्धा वाईट वाटलं. “जाऊ दे, बिट्टू,” ती म्हणाली, “गोटी सापडेल. येईल ती तुझ्याकडे परत, असं होतं पुष्कळदा,” आई म्हणाली.

“नाही गं, आता कसली येतेय ती परत! हरवलीच ती,” बिट्टू निराशेनं म्हणाला.

आणि अचानक आईनं त्याचा दंड धरला आणि दाराबाहेर बोट केलं. बिट्टूला काय दिसलं असेल तिथं असं तुम्हाला वाटतं? त्याची सुंदर, रेघारेघांची गोटी घरंगळत दाराकडे येत होती. ती दाराशी येऊन थांबली. पुढे पायरी होती. तिला मुळी थांबावंच लागलं.

"माझी गोटी. माझी छान छान गोटी!" बिट्टू किंचाळला आणि धावला. "आलीस तू घरी? किती शहाणी, हुशार आहेस तू?"

गोटीलासुद्धा वाटलं "खरंच, आपण आहोतच हुशार." थोडं नवलच. पण आहे खरं असं. आता हेच बिट्टूचं घर हे कुठं माहीत होतं मला? पण मी आलेच की नाही परत?

आणि हे आपलंच कौतुक तिला इतकं भावलं की ती सगळ्या गोट्यांना ते पुनःपुन्हा सांगते. आपली साहसी सफर. मग सगळ्या गोट्या बिट्टूच्या खिशात एकमेकींवर आपटून खिदळतात! रोजच पुनःपुन्हा!

काळी मेंढी

रतनकडे खेळणी होती तरी किती? सगळे प्राणी... काही तर दोन दोन, तीन तीनसुद्धा! गाड्या, मोटारी, पुस्तकं मात्र नव्हतीच जवळजवळ. आईबाबांच्या सगळ्या मित्रमैत्रिणींनी दिलेली खेळणी ठेवायलाही जागा नव्हती आता तिच्याकडे!

तरी भाऊकाका तिच्यासाठी एक काळी मेंढी घेऊन आले. तशी मोठीच होती ती. म्हणजे रतन स्वत: नाही, तरी बाहुल्यांना मेंढीच्या पाठीवर बसू शकली असती सहज. या नव्या खेळण्याशी खेळायला रतनला आवडायचं. शिवाय दाबलं की ती "बा... बा" असं सारखं म्हणायची.

पण बाकीच्या खेळण्यांना मेंढी आवडली नव्हती. रतनकडे एक पांढरंशुभ्र कोकरूही होतं. पण ते नाक फिस्कारून म्हणालं, "माझी कुणी नाही हं ती. आमच्या घराण्यात सगळे शुभ्र असतात."

"मला तिच्या आवाजाचाच कंटाळा आलाय." चिंध्यांची बाहुली म्हणाली.

गुलाबी मनी म्हणाली, "मला वाटायचं मेंढ्या म्हटल्या-की पांढ्याशुभ्रच असणार."

"मला पण वाटत होतं, मांजरं नेहमी काळी, पांढरी, पिवळी किंवा ठिपक्यांची असतात. गुलाबी मांजर पाहिलंय कुणी कधी? मी तरी नाही!" फटकन् काळी मेंढी म्हणाली.

आता रतनकडच्या खेळण्यांतलं हे गुलाबी मांजर सगळ्यात जुनं. त्याला चटकन राग यायचा. तिनं शेपटी फिस्कारली. चांगलंस खरमरीत उत्तर ती आठवू लागली. मग हसून 'बा बा ब्लॅक शीप.' म्हणू लागली. हसू लागली.

बाकीच्या खेळण्यांनाही हा विनोद वाटून ती हसू लागली. काळ्या मेंढीभोवती फेर धरून 'बा बा ब्लॅकशिप...' म्हणू लागली.

"मूर्ख नाही तर." मेंढी म्हणाली.

"पुढची ओळ म्हण." सगळ्यांनी सांगितलं.

"हट्. मी काही गाण्यातली मेंढी नाहीय. मूर्ख, गप्प बसा पाहू." मेंढी म्हणाली.

पण खेळणी गप्प बसली नाहीत. मेंढी दिसली की तिला चिडवू लागली 'बा बा, ब्लॅक शिप..."

मेंढी उत्तर द्यायची नाही पण उदास व्हायची. ती तशी चांगली होती. काळी असली म्हणून काय झालं? तिला त्याचं काही वाटत नव्हतं. दयाळूपण होती. पण बाकीच्यांनी तिचे गुण दाखवायला कधी संधीच दिली नाही. ते फक्त तिला चिडवायचे.

एक दिवस रतन मेंढीला घेऊन बागेत गेली. तिथं एक माळी प्राण्यांच्या घराला रंग देत होता. तिनं मेंढीला एका खोक्यावर उभं केलं आणि ती रंगकाम बघण्यात गुंग झाली. रतनलाही रंग द्यावासा वाटला. तिला वाटलं आईला विचारून ब्रश घ्यावा आणि माळ्याला मदत

करावी, म्हणून ती आईकडे गेली.

थोडंसं रंगवून झाल्यावर कसं झालंय ते बघायला माळी मागे आला. तो मेंढीला अडखळला. मेंढीही धडपडली आणि थेट त्याच्या रंगाच्या बादलीत पडली. मेंढी पांढऱ्या रंगात न्हाली. पूर्ण शुभ्र झाली. माळ्याला ती दिसलीच नाही. त्यानं पुन्हा ब्रश रंगात बुडवला तेव्हा त्याला कळलं.

"अरे बापरे! हे कोण?" तो म्हणाला आणि त्यानं मेंढीला बाहेर काढलं. ती आता बर्फासारखी पांढरीशुभ्र झाली होती. "हे तर खेळणं दिसतंय मुलांचं. असूं द्या. आता वाळू द्या उन्हात. उद्या रतनला देता येईल." त्यानं ठरवलं. मग त्यानं मेंढीला वाळवण्यासाठी उन्हात ठेवलं. रतनला आईनं कुठंतरी पाठवलं म्हणून ती बागेत परत आलीच नाही. माळ्यानं मेंढी संध्याकाळी मोलकरणीला देऊन ती रतनच्या खोलीत नेऊन ठेवायला सांगितलं.

मेंढी पांढरीशुभ्र झाली होती आणि खूप सुंदर दिसत होती. ही आपणच आहोत यावर खुद्द तिचाही विश्वास बसत नव्हता.

बाकीची खेळणी शुभ्र मेंढी पाहून चक्रावलीच. ती मेंढीकडे बघत राहिली आणि त्यांनी तिला नम्रपणे अभिवादन केलं.

"नमस्कार. काय छान दिसता तुम्ही! आमच्यात आलात याबद्दल धन्यवाद."

"नमस्कार." मेंढी म्हणाली. थोडी चकित होऊनच. खेळण्यांनी आपल्याला ओळखलं नाही याचंच तिला आश्चर्य वाटलं.

"तुम्ही आता आमच्यात राहाणार?" कोकरानं विचारलं.

"हो."

"त्या काळ्या भयंकर दिसणाऱ्या मेंढीऐवजी तुम्हाला आणलंय ना? फारच कुरूप होती ती." एक बाहुली म्हणाली.

"आणि उद्धटसुद्धा!" गुलाबी मांजर उद्‌गारली.

"पुन्हा ती आली ना, तर तुम्ही चांगलं भांडा तिच्याशी." चिंध्यांची बाहुली सांगू लागली.

"पण अशी का होती ती?" आपल्याबद्दलची ही मतं ऐकून थक्क झालेल्या मेंढीनं विचारलं, "कदाचित चांगलीही असेल ती. तुम्हीच तिला आपला चांगुलपणा दाखवायची संधी नसेल दिली."

"नाहीच मुळी. तुम्ही चांगल्या आहात, तशी ती वाईट होती."

कुत्रा म्हणाला, "आज रात्री आमच्याबरोबर खेळाल?"

"हो." मेंढीनं सांगितलं. यापूर्वी कधी खेळण्यांनी तिला बोलावलंच नव्हतं

आपल्यात खेळायला.

त्या रात्री मेंढीचा वेळ छान गेला. सगळे तिच्याशी चांगलं वागत होते आणि म्हणून तीही सर्वांशी चांगलंच वागली. सगळ्यांना ती आवडलीच. गुलाबी मांजर तिला म्हणाली, ''ती काळी कुरूप मेंढी पुन्हा आपल्यात आली नाही तर बरं! आमच्याशी चांगलं वागली असती तर हरकत नव्हती. तुम्ही नाही का वागत? पण ती उद्धटच होती.''

मेंढी काही म्हणाली नाही.

रतनला मात्र खेळण्यांच्या कपाटात मेंढी दिसली तेव्हा विलक्षण आश्चर्य वाटलं. ''हे नवीन खेळणं? नाही नाही. माझी जुनीच लाडकी काळी मेंढी तू! होय ना? फक्त तुला पांढरं रंगवलंय कुणीतरी. तू पांढऱ्या रंगाच्या बादलीत पडली होतीस ना? सखूबाई सांगत होती. थांब तुला पुन्हा पहिल्यासारखी करते.''

मग एका खरखरीत ब्रशनं तिनं मेंढीला घासून काढली. सगळ्या पांढऱ्या रंगाचा भुगा खाली सांडला. ती आधी काळी पांढरी, मग राखी आणि मग काळीभोर झाली. पहिल्यासारखी.

सारी खेळणी चाट पडून बघत होती. काय बोलायचं तेच कळत नव्हतं. त्यांना

अखेर चिंध्यांची बाहुली म्हणाली, ''काळी मेंढी ती तूच होतीस होय? आम्हाला माहीतच नव्हतं आम्हाला वाटलं तू कोणीतरी नवीच आहेस. नवी आणि देखणी!''

''हं. नवी नाही मी, पण चांगली मात्र आहे.'' मेंढी म्हणाली. बाकी तुम्हाला मी पांढरी असले तर चांगली हो ना? आणि काळी असले तर? अखेर आतून मी तीच आहे ना?''

''होय ग होय. मी इतकी वाईट वागले त्याची मलाच खूप लाज वाटतेय बघ. आता आपण चांगल्या मैत्रिणी राहू. आणि तुला आम्ही कध्धी कध्धी चिडवणार नाही.''

आता रतनच्या खोलीत सारी खेळणी गुण्यागोविंदानं राहातात. पण एकूण मेंढी रंगाच्या भांड्यात पडली हे बरंच झालं की नाही? तुम्हाला काय वाटतं?

खोड मोडली हत्तीची

मुलांच्या खोलीत फळीवर चिनी मातीची सहा खेळणी होती आणि एक हिरवं घड्याळ. रात्री जेव्हा ती जागी व्हायची तेव्हा त्यांनी खाली येऊन सगळ्यांच्यामध्ये खेळावं असं बाकीच्या खेळण्यांना फार वाटायचं. पण फळी खूप उंचावर होती. त्यामुळे ती खेळणी काही खाली उतरू शकायची नाहीत.

त्या खेळण्यांत एक कान उंचावलेला छोटासा ससा होता. दोन लांब शेपट्यांचे घोडे होते. छोटं गुबगुबीत कोकरू होतं आणि त्यांच्यावर लक्ष ठेवणारी एक धनगरीणसुद्धा होती. शिवाय एक मोठ्ठा काळपट हत्ती होता. पुढे मोठी सोंड आणि मागे छोटीशी शेपटी असलेला, रात्री नेमक्या वेळी ही सारी खेळणी जागी व्हायची. तेव्हाचा त्यांचा गोंधळ, फळीवरचा आरडाओरडा पहायला हवा तुम्ही. कोकरू धनगरणीच्या हातून सुटायचं. ती मग त्याच्यामागे धावायची. ते फळीवरून पडेल या भीतीनं. घोडे घड्याळाभोवती एकमेकांना पकडायला धावायचे. ससा मागच्या एका भोकात दडायचा. ते भोक म्हणजे त्यानं स्वत:चंच बिळ करून टाकलं होतं.

पण हत्ती सगळ्यात त्रासदायक होता. एकतर तो आकारानं सर्वांत मोठा होता. बाकीच्या खेळण्यांना त्याच्याशी खेळायला आवडायचं नाही. एक तर त्याला खेळायला मुळी सुधरायचंच नाही. तो थोडासा हलला तरी बाकीच्यांना फळीवरून खाली पाडायचा. आणि त्याच्या सोंडेची सगळ्यांनाच भीती वाटायची. लांब हात असल्यासारखा तिचा उपयोग व्हायचा त्याला. मग तो कोकराचं शेपूट ओढायचा,

धनगरणीच्या मागे लागायचा आणि तिची वेणी ओढायचा. घोडे शेजारून जात असले तर त्यांची आयाळ खेचायचा. मग ते चिडून ओरडायचे, "ए, आमचा खेळ नको बिघडवूस."

सशाला तर हत्तीची मरणाची भीती वाटायची. एकदा हत्तीनं त्याला सोंडेनं उचलून आपल्या पाठीवर बसवलं होतं आणि फळीवरून तो आरामात इथपासून तिथपर्यंत चालत गेला. ससा बिचारा जीव मुठीत घेऊन भीतीनं थरथरत राहिला होता. तोंडानं "नको रे. मला खाली उतरव. खाली उतरव आधी. मला भीती वाटतेय," असं म्हणत होता.

"हं. उतर" हत्ती म्हणाला, "बाहेरच्या जगात मोठाली प्राणीसंग्रहालयं असतात आणि त्यात माझ्याहून मोठे हत्ती असतात. त्यांच्यावर बसून फिरायला पैसे पडतात. तरी मुलं ते देतात. नि मी इथे तुला फुकट फिरवतोय. मी आहेच दयाळू."

"ठेवलंय. दयाळू म्हणे!" कोकरू घड्याळामागे लपत म्हणालं, "तू वाईट आहेस. तू नेहमी आम्हाला पकडतोस आणि तुझ्या त्या लांब सोंडेनं त्रास देतोस. त्या सशाला उतरवलंस म्हणून बरं नाहीतर भीतीनं तो पडलाच असता."

पण हत्ती फळीवर नाचू, धावू लागला. त्यांना आणखी घाबरवायला. आणि मग एक विलक्षण गोष्ट घडली. दोन्ही घोडे अचानक घड्याळाच्यामागे धावताना हत्तीवर आदळले. हत्ती धडपडला आणि खाली पडला. हत्तीच्या पाठीवरून उतरून ससा अलगद फळीवर आला. जराही न लागता! पण हत्ती फळीच्या कडेवरून खालीच

आला. मोठ्ठा ‘धप्प!’ असा आवाज झाला. सगळीकडे शांतता पसरली.

खालची सारी खेळणी भीतीनं गप्पगार झाली. फळीवरची धनगरीण, घोडे, कोकरू, ससा यांना तर भीतीनं काय झालंय ते बघायला खाली डोकवायचीही हिंमत झाली नाही. हत्तीला काय झालं कोण जाणे!

‘‘तो फुटलाय,’’ माकड म्हणालं.

‘‘अगदी तुकडे तुकडे झालेत त्याचे,’’ टेडी अस्वलानं सांगितलं.

‘‘असा शेवट झाला त्याचा!’’ कुरळ्या केसांची बबली बाहुली म्हणाली, ‘‘पण त्याचीच चूक होती आता. सशाच्या मागे लागायला कोणी सांगितलं होतं त्याला!’’

आता हळूहळू चिनी मातीची सारी खेळणी फळीवरून डोकावून पाहू लागली. गप्प राहून हत्तीचे तुकडे पाहात राहिली.

‘‘त्याला कुणीतरी दुरुस्त करा ना!’’ ससा एकदम म्हणाला, ‘‘मला हवाय तो. तो मला त्रास द्यायचा खरा, पण असे त्याचे तुकडे झालेले नाही पाहावत मला. कोणी तरी त्याला सांधा, जोडा, नीट करा. प्लीज. करा रे सगळ्यांनी मिळून त्याला बरा कराच!’’

‘‘अरे वा. चिमणूशा, तू त्याला माफ केलंस? किती चांगला. गोंदाची बाटली आणून त्याला जोडू या नीट पहिल्यासारखा.’’

आणि मग सगळे कामाला लागले. थोडेथोडके नव्हेत चांगले चौदा तुकडे झाले होते हत्तीचे. पुन्हा ते जुळवून चिकटवायचे म्हणजे कसरतच होती मोठी, पण कोड्यातले प्राण्यांचे तुकडे जुळवून सबंध प्राणी तयार करायची त्यांना सवय होती

म्हणून बरं. प्रत्येकजण तुकडे शोधू लागला.

"हा बघ कान." माकड म्हणालं.

"इथं पाय आहे." टेडी म्हणाला.

"आणि हे पोट. म्हणजे तुकडा पोटाचा." बाहुली म्हणाली.

शेवटी बऱ्याच वेळानं आणि सगळ्यांच्या मेहनतीनं हत्ती एकदाचा नीट तयार झाला. सगळं जागच्या जागी व्यवस्थित बसवून. हां,आता मध्येमध्ये कपचे उडालेले दिसत होतेच. पण त्याला नाईलाजच होता. तरी पण तो पूर्ण हत्तीच होता एकूण.

पण थांबा हं! काहीतरी मजेशीर घडलं होतं. खेळणी त्याच्याकडे निरखून पाहू लागली. आणि सर्वांत आधी टेडीला जे हसू फुटलं ते आवरेनाच.

"अरे बघा तरी! त्याच्या सोंडेच्या जागी शेपटी चिकटवलीय कुणीतरी आणि शेपटीच्या जागी सोंड!"

तर ते असं झालं होतं. हत्ती विचित्र दिसला तर नवल नव्हतं. पण खुद्द हत्ती स्वत: फारच वैतागला यामुळे. "शेपटीनं मी वस्तू उचलणार कशी? आणि मागे सोंड असून उपयोग काय? दिसणार आहे का काय उचलतोय मी ते?" तो चिडून म्हणाला.

"नाहीतरी सोंडेचा उपयोग तू लोकांना त्रास द्यायला, त्यांचे केस ओढायला करीत होतास ना? चूक झाली ते चांगलंच झालं," माकड खिदळत म्हणालं.

"तू मुद्दाम केलंस हे?" माकडाकडे पाहून टेडीनं विचारलं.

"असेलसुद्धा. कुणास ठाऊक!" माकड म्हणालं, "थोडा त्रास हत्तीलाही कुणी दिला तर काय हरकत आहे?"

गोंद एव्हाना वाळला होता तेव्हा आता काहीच करणं शक्य नव्हतं. बिचारा हत्ती सोंडेच्या जागी शेपूट आणि शेपटीच्या जागी सोंड घेऊन कुणी यायची वाट बघत सकाळपर्यंत निमूट उभा राहिला. सकाळी मुलांच्या आईनं त्याला पाहिलं आणि उचलून

फळीवर ठेवलं. पण त्याच्यातला फरक तिच्या लक्षातही आला नाही. हत्तीला आपल्या या अवताराची फारच लाज वाटत होती. तो घड्याळामागे लपला. ससा होताच तिथं. ''मला फार वाईट वाटतं तुझ्याबद्दल'' तो हळूच म्हणाला,''पण आता तू मला उचलून पाठीवर ठेवून मला घाबरवणार नाहीस म्हणून बरंही वाटतंय. पण तू पडून फुटलास हे मात्र फारच वाईट झालं हं!''

किती चांगला होता ससा. आपण त्याला सतत चिडवलं हे आठवून हत्तीला खूप वाईट वाटलं. तो मान खाली घालून राहिला.

''आपण मित्र होऊ या?'' ससा हत्तीला म्हणाला. कोकराला त्याची धनगरीण आहे आणि घोडे तर दोघे आहेत एकमेकांना. आपल्यालाच कोणी नाही.''

मग तेव्हापासून ते दोघे जिवलग दोस्त झालेत एकमेकांचे. तरी हत्ती दिसतोय मजेशीरच. बघा तुम्हीच हवं तर!

ठेंगूजी चोर

एक होता ठेंगू. त्याचं नाव टिकू. टिकू चोर होता. जाडजूड, आडवातिडवा. त्याचे वीस साथीदार होते. सगळे ठेंगू. ते चोरीच्या वेळी त्याच्यासोबत असायचे. कुठेही जायचं असो, सगळे एकत्र असत. टिकू दुष्ट होता. तो आणि त्याचे साथीदार रात्री एखाद्या खेड्याला वेढा घालायचे. आरडाओरडा करून लोकांना घाबरवायचे. लोक घाबरून घराबाहेर पडले की आत शिरून चोऱ्या करायचे. लोक घराबाहेर यावेत म्हणून ते घरावर दगडही मारायचे. सगळे त्यांना घाबरत.

टिकूचे साथीदार बरोबर एक पेटी घेऊन जात. त्यात टिकूचे छान छान कोट असत. टिकूकडे सगळ्या रंगाचे, चांदीसोन्याची पदकं लावलेले, हिऱ्यामोत्याचे ब्रुच असलेले कोट होते. टिकूला त्यांचा फार अभिमान होता.

एकदा टिकू आणि त्याचे साथीदार एका जंगलातून जात होते पलिकडच्या एका खेड्यावर हल्ला करायचा बेत होता त्यांचा. त्यांना एका छोट्या मुलानं पाहिलं. मुलाचं नाव गंपू. तो एका जादूगाराचा मुलगा होता. त्यालाही थोडीफार जादू येत

होती. तो राहायचा त्या जंगलातल्या एका झाडाच्या ढोलीत. त्यानं टिकूच्या माणसांचा आवाज ऐकून झाडाच्या भोकातून हळूच पाहिलं. त्यानं चोरांना ओळखलं. त्याला आनंदच झाला 'ह्या चोरांना पकडून देणाऱ्याला राजा थैलीभर मोहोरा देणार आहे' त्याला आठवलं. ''मीच जातो यांच्यामागे ते काय करतात कुठे राहतात ते बघतो आणि राजाला चोर पकडून देतो.'' गंपूनं ठरवलं तो हळूच घराबाहेर पडून चोरांचा पाठलाग करू लागला. पण तो फार दूर गेला नसेल तेवढ्यात लपत छपत येत होता. तरी त्याला टिकूनं पाहिलं. टिकूची नजर फार तीक्ष्ण होती. त्याच्या नजरेतून काही सुटत नसे.

तो मोठ्यानं ओरडला, ''त्या बारक्या झुरळाला पकडा रे. तो मागोमाग येतोय आपल्या.''

आता गंपू काही झुरळ नव्हता. त्याला टिकूचा रागच आला. पण तेवढ्यात टिकूच्या साथीदारांनी त्याला पकडून आपल्या सरदारापुढे हजर केलं. ''सरदार, याचं काय करायचं? त्याला तलावात फेकू या?''

''की झाडाच्या सर्वांत उंच फांदीला बांधून ठेवू या?'' दुसरा म्हणाला.

गंपूला हे बोलणं मुळीच आवडलं नाही. ''अरे मला पण तुमच्यात घ्या ना?'' म्हणजे आपल्याला पळून जाणं सोपं जाईल असं वाटून गंपू म्हणाला, ''मी तुमचं कुठलंही काम करीन.''

''हा, हा, हा'' टिकू गडगडून हसला, ''तुझ्यासारखं झुरळ काय काम करणार?''

पुन्हा झुरळ! पण गंपू राग न दाखवता म्हणाला, ''मी शक्तिवान आहे हं चांगला!''

''हो का? मग ही कोटांची पेटी सांभाळू द्या त्याला, सरदार!'' पेटी नेहमी

खांद्यावर उचलून थकलेला एक साथीदार म्हणाला.

"ठीक आहे," टिकू हसून म्हणाला, "ही पेटी सांभाळायची तू. तरच ये आमच्यात."

बिचाऱ्या एवढ्याशा गंपूला ती अवजड पेटी सतत सांभाळायचं काम मिळालं. दिवसभर ती सांभाळून गंपूचे एवढेसे खांदे किती किती दुखायचे. पेटी खूपच जड होती. त्याला ती मुळीच आवडत नसे. कुठून आपण या चोरांच्या भानगडीत पडलो असं त्याला झालं. पण 'जाऊ दे' म्हणत त्यानं आपला चिमुकला मेंदू जोरात कामाला लावला.

"मला ह्यांना पकडून देण्याची चांगलीशी युक्ती सापडली पाहिजे."

ते थंडीचे दिवस होते. दिवसां चोरांना ऊब मिळायची पण रात्री ते कुडकुडायचे. टिकूचं ठीक होतं. थंडीत तो एकावर एक दोन तीन कोट घालायचा. पण साथीदारांकडे जास्त कोट, स्वेटर नव्हते. त्यांना थंडी वाजायचीच.

त्या रात्री तर फारच गारठा पडला. टिकूनं आपल्या सहकाऱ्यांना झाडाखाली आसरा घ्यायला सांगितला आणि स्वत: थोड्या दूरच्या एका झोपडीत थांबायचं ठरवलं. तिथं त्याचा एक मित्र राहात होता. रात्रीचं जेवण तिथंच घ्यायचं त्यानं ठरवलं.

"मी सकाळी परत येतो," त्यानं आपल्या साथीदारांना सांगितलं, "गंपू, तू चल माझ्याबरोबर. मला रात्री कोट लागतील. काही निरोप द्यायचा असला तर तुला पाठवता येईल."

गंपू कुरकुरला. त्याला वाटलं होतं. एखाद्या झाडाची ढोली शोधून तिथं झोप काढता येईल. ढोलीत थोडं उबदार असेल. पण कसलं काय नि कसलं काय! आता त्याला ती अवजड पेटी घेऊन मैलच्या मैल या गोठवणाऱ्या थंडीतून

जायला हवं! तो गुपचूप टिकूच्या मागे निघाला, पेटी घेऊन झोपडीत पोहोचल्यावर टिकूच्या मित्रानं त्याचं स्वागत केलं. ''मला कोट नकोच होते,'' टिकू हसून गंपूला म्हणाला. ''पण मला वाटलं तुला आवडेल पेटी घेऊन जायला,'' आणि असं म्हणून त्या दृष्टानं गंपूच्या तोंडावरच दार लावलं. पेटीसकट गंपू बाहेरच राहिला.

''म्हणजे आता पेटी घेऊन परत झाडाखाली इतक्या लांब जायचं!'' गंपू पुरताच वैतागला, ''किती नीच आहे टिकू. मला एव्हाना विश्रांतीसाठी झोपायला हवं होतं.''

खांद्यावर पेटी घेऊन गंपू पुन्हा निघाला. कष्टांनी पावलं टाकीत. त्याच्या मनातून त्याला टिकूला चांगली शिक्षा करायची होती. मग त्याच्या डोक्यात एक योजना आली. ती सुचल्यावर तो इतका खुश झाला की त्याला नाचावंसं वाटलं. त्या आनंदातच तो एवढी मोठी पेटी घेऊन त्यांच्या झाडाखालच्या ठिकाणी पोहोचला. त्यानं टिकूच्या साथीदारांना हाक मारून सांगितलं, ''मालकांचा तुम्हाला एक निरोप आहे.''

''काय तो?'' ते सगळे त्याच्याभोवती जमले. काकडतच. कारण ऊब नव्हतीच तिथं.

''तुम्ही एक मोठ्ठा खड्डा खणून त्यात रात्री राहा म्हणजे थोडी ऊब येईल तुम्हाला तो

खड्डा म्हणजे एका शत्रूसाठी सापळा असणार आहे. पण सकाळपूर्वी तो खणून पुरा व्हायला हवा. मालक म्हणाले की त्यांना हवा तसा चांगला खड्डा खणलात तर प्रत्येकाला त्यांचा एकेक कोट तुम्हाला बक्षीस देणार आहेत ते. कोट आत्ताच घ्या. पण खड्डा मात्र चांगला खणा. मी सगळ्यांची बटणं लावून देतो हवं तर.''

मोठ्यानं शिव्या घालीत, कुरकुरत पण सगळे खड्डा खणू लागले. एवढ्या मेहनतीनं त्यांची थंडी पळालीच. गंपू पेटी उघडून बसला होता. त्यांत खूप कोट होते. टिकू ठेंगू असला तरी प्रचंड जाडा होता. गंपूनं बरेचसे कोट काढून जवळच्या झाडांना गुंडाळले. बऱ्याच वेळानं त्यानं विचारलं, ''झाला का खड्डा खणून? छान. आता मी कोट काढून घालायला तयार ठेवलेच आहेत. थंडी खूप आहे, छातीला वारा लागू नये म्हणून कोट उलटे घाला म्हणजे बटणं मागे येतील. एकेका झाडाला टेकून उभे राहा. तिथं थंडी कमी वाजते बघा. मी बटणं लावून देतो.''

मग एकेकाला झाडाला टेकवून उभा करून त्यानं भराभर कोट घातले. झाडासकट कोटाची बटणं झाडाच्या मागे लावली. कोट प्रचंडच होते. वीस झाडांना वीस ठेंगू बांधले गेले. दुसऱ्याला कसं बांधलंय ते काळोखात कुणालाच कळलं नाही. एक दोघे

कुरकुरले कारण झाड टोचत होतं, पण खूपच दमल्यामुळे तशीही त्यांना झोप येतच होती.

गंपूच्या आनंदाला सीमा नव्हती. त्यानं सगळ्यांना झाडाला बांधलं. हात मागे करून बटणं काढणंही त्यांना शक्य नव्हतं. बटणांपर्यंत कुणाचे हात पोहोचतच नव्हते. इतर कुणाला ते हाकाही मारू शकत नव्हते. तेच तर गंपूला हवं होतं. टिकूजी सकाळपर्यंत थांबा. मग बघा तुमचं काय होतंय ते!

मग तो स्वत: एका झाडाच्या ढोलीत लपून पुढे काय होतंय ते पाहात राहिला.

जाग आल्यावर सगळे ठेंगू स्वत:ला सोडवून घेण्याच्या प्रयत्नाला लागले. ते धडपडले, ओरडले. पण बटणं उघडणं त्यांना शक्य नव्हतं. कोट जाड आणि मोठ्ठे होते त्यात ते कैदच झाले होते.

गंपू त्याना बघून हसत होता. एकाचं तिकडे लक्ष गेलं. तो चिडून ओरडला. ''गाढवा, ये आणि सोडव आम्हाला. काढ ते कोट!''

पण गंपू नुसता हसत राहिला.

''थांब, टिकूजी येऊ देत ते आम्हाला सोडवतील आणि तुला चांगली शिक्षा करतील. मग कळेल तुला असली चेष्टा केल्यावर काय होतं ते!'' ते संतापानं ओरडून सांगत होते.

तेवढ्यात गंपूनं गात गात येणाऱ्या टिकूचा आवाज ऐकला.

''येतोय आता जाडजूड शक्तिवान टिकू!

आवाज त्याचा येतो मैलावरून ऐकू!!

ऊबदार घरात छानदार झोप झाल्यानं खुश झालेला टिकू सकाळी गरम न्याहरी करून प्रसन्न मुद्रेनं येत होता.

''मालक, मालक, आम्हाला मदत करा,'' टिकूला पाहून त्याचे साथीदार ओरडू लागले. गंपूनं त्याच्या कोटात झाडांना बांधलेले त्याचे साथीदार त्याला दिसले. त्यानं एक आरोळी मारली आणि तो तिकडे धावला.

गंपू झाडामागून आला आणि टिकूकडे पाहून तोंडभर हसला.

''नालायका!'' टिकू ओरडला आणि त्याच्या अंगावर धावला. गंपू खड्ड्याकडे पळाला, त्यावर फांद्या टाकून तो झाकला होता. तो हळूच खड्ड्याशेजारून पळाला. टिकूला माहीत नसल्यानं तो खड्ड्यावरून आला आणि धाडकन आत पडला.

तो पुन्हा गरजला आणि उठून बसला. पण खड्डा खोल होता आणि वर चढायला त्यातून जागाच नव्हती. त्याला बाहेर पडता येईना. त्याच्याच साथीदारांनी खणलेल्या खड्ड्यात तो ओरडत राहिला आणि त्याचे साथीदारही! कारण त्यांना आता सुटकेची आशाच नव्हती.

गंपू आनंदानं खिदळला. मग जवळच्या शहरात गेला. तिथून त्याचे काही साथीदार आले. ते म्हणालेच त्याला की, ''सोन्याच्या मोहोरांची थैली गंपूलाच मिळणार आहे म्हणून. एवढे चोर एकदम पकडून दिले ना त्यानं!''

मग त्या पैशांनी त्यानं एक छान घर बांधलं आणि त्यात तो सुखानं राहतोय आता! टिकू आणि साथीदार मात्र तुरुंगात खडी फोडताहेत. तेच करायला हवं त्यांनी. होय की नाही?